கடல் வளங்கள்

வி.எஸ்.ரோமா

பொருளடக்கம்

கடல்என்பது பூமியின் 71% பகுதியை உள்ளடக்கிய உப்புநீரின் உடலாகும், அதே சமயம்கடல்உட்பிரிவுஎன்றால்அது உப்பின் சிறிய உடலாகும். கடல்களுடன் ஒப்பிடும்போது கடல்கள் ஆழமானவை.

உலகின் ஐந்து பெருங்கடல்கள் கீழே கொடுக்கப்பட்டுள்ளது. இவற்-றில் பசிபிக் பெருங்கடல் உலகின் மிகப்பெரியதாக உள்ளது.

பெருங்கடல்கள் - பரப்பளவு

* பசிபிக் பெருங்கடல் - 1652

  இலட்சம் சதுர கிலோமீட்டர்

* அட்லாண்டிக் பெருங்கடல் -106.4

  இலட்சம் சதுர கிலோமீட்டர்

* இந்தியப் பெருங்கடல் - 685

  இலட்சம் சதுர கிலோமீட்டர்

* அண்டார்டிக் பெருங்கடல்- 203.3

  இலட்சம் சதுர கிலோமீட்டர்

* ஆர்டிகபெருங்கடல் - 140.5 இலட்சம்

சதுர கிலோமீட்டர்

பல்வகை மீன்கள், சிப்பிகள், சங்குகள், நண்டுகள் கடலின் மூலம் கிடைக்கின்றன.

சுண்ணாம்பு. மணல், சரளை போன்ற பொருட்கள் மற்றும் கடல் அடிவாரத்தில் கரைந்துள்ள கனிமங்கள்.

கச்சா எண்ணெய் மற்றும் எரிவாயு.

கடல் நீரில் இருந்து உப்பு கிடைக்கிறது.

கடல்வாழ், உயிரினங்களில் முத்துக்களை உற்பத்தி செய்யும் திறனுடைய யூனியோ, க்வாட்ருலா என்ற பெயருடைய சிப்பிகள் உள்ளன.

ஆழ்கடலில் எடுக்கப்படும் முத்து உயர் ரகமாகும். முத்தை அணிந்தால் முத்து உடலில் பட்டு கரையும். அப்போது உடல் சூடு நீங்கும் என மருத்துவர்கள் குறிப்பிடுகின்றனர்.

கடல், மற்றும் கரையோர பகுதிகளில் பகுதிகளில் துறைமுகம் மற்றும் கப்பல் துறை, மீன்பிடி, சுற்றுலாத்துறை, மீன் வர்த்தகத்துடன் தொடர்பான தொழில்சாலைகள் என பல பொருளாதார வாழ்வாதார வாய்ப்புக்கள் காணப்படுகின்றன. ... கடல் தொழிலைப்பொருத்தமட்டில் கரைவலை மீன்பிடி மற்றும் ஆழ்கடல் மீன்பிடி முக்கியத்துவம் பெறுகின்றது.

இந்தியாவின்கடல் வளங்கள்

மீன் மற்றும் கடல்வாழ் உயிரினங்கள், பல்வேறு உலோகங்களின் தாதுக்கள், எண்ணெய், இயற்கை வாயு (வளிமம்) மற்றும் மீத்தேனை அடர்த்தியாகக் கொண்டுள்ள வளிம நீரேறிகள், முத்து, பவளம் மற்றும் சுண்ணாம்பு கற்கள், உப்பு, மணல் என கடல் பல்வேறு வளங்களைத் தன்னகத்தே கொண்டுள்ளது. மேலும் தொழில்நுட்ப முன்னேற்றத்தால் காற்றாலைகள், மிதவை ஆலைகள், கடல் ஒதங்களின் ஆற்றல், கடலின் மேல்மட்ட மற்றும் கீழ் மட்ட வெப்ப வேறுபாடு ஆகியவை மின்சாரம் தயாரிக்க பயன்படுத்த பயன்பட்டு அல்லது பயன்பட உள்ளன.

மீன்கள்

இந்தியாவில் ஆண்டுக்கு 71.3 லட்சம் (7.13 மில்லியன்) டன் மீன்கள் பிடிக்கப்படுகின்றன (2008-09). இது உலகில் பிடிக்கப்படும் 15.17 கோடி (151.7 மில்லியன்) டன்னில் 4.7 விழுக்காடுகளாகும். இந்தியாவில் பிடிக்கப்படும் மீன்களில் 42.2 லட்சம் (4.22 மில்லியன்) டன்கள் உள்நாட்டு நீர்நிலைகளிளிருந்தும், 29.1 கோடி (2.91 மில்லியன்) டன்கள் கடலிலிருந்தும் பிடிக்கப்படுகின்றன. ஏறத்தாழ 1.5 கோடி இந்

திய மக்களின் வாழ்வாதாரமாக இத்தொழில் விளங்குகிறது. இந்தியா-வின் மொத்த உள்நாட்டு உற்பத்தியில் (ஜி. டி.பி) ஒரு விழுக்காடு இத்-துறையிலிருந்து வருகிறது. மீன் மற்றும் மீன் பொருட்களின் ஏற்றுமதி ரூ.8200/- கோடியாக உள்ளது.

உலோகத் தாதுக்கள்

கடல் ஏராளமான உலோகத் தாதுக்களை தன்னகத்தே கொண்டுள்-ளது. நிக்கல், மாங்கனீஸ், கோபால்ட், தாமிரம் என பல்வேறு தாதுக்கள் உருண்டை உருண்டை கட்டிகளாக ஆழமான கடலின் (4000-6000 மீ) மேற்பரப்பில் படிந்து கிடக்கின்றன. பெரிதும் சிறிதுமாக இருந்தா-லும் இவற்றின் சுற்றளவு 5 முதல் 10 செ.மீ. அளவிலேயே பெரிதும் காணப்படுகிறது. பல நாடுகள் 1960-70 களிலேயே பல கோடி டாலர்-கள் செலவழித்து இவற்றின் இருப்பு மற்றும் வெளிக்கொணரும் முறை-கள் உறுதி செய்யப்பட்டு செயல்பாடுகள் துவங்க இருந்தன. இந்திய அரசும் இத்தாதுக்களை வெளிக்கொணர ஆராய்ச்சிகளில் ஈடுபட்டு வரு-கிறது.

அதேபோல கடல் அலைகளின் செயல்களினால் மணல் பரப்பில் பரவலாகக் கிடந்த அடர் தாதுக்களான கார்னெட், சிலிமனைட், மோன-சைட், கையனைட் போன்றவை செறிவுற்று கடற்கரையில் படிந்து கிடக்-கின்றன. இந்தியாவில் கேரளா, தமிழ் நாடு மற்றும் ஒரிசாவில் இவ்வ-கையான தாதுக்கள் அளப்பரிய அளவில் கிடைக்கின்றன. மோனசைட்-டிலிருந்து கிடைக்கும் தோரியம் அணுமின்சாரம் தயாரிக்கப் பயன்படுகி-றது.

எண்ணெய், இயற்கை வாயு மற்றும் வளிம நீரேறிகள்

எண்ணெய் இயற்கை வாயுக்கள் கண்டங்களுக்கடியில் கிடப்பதைப் போலவே கடலுக்கடியிலும் ஆழ்துளைக் கிணறுகள் மூலம் கிடைக்கிறது. இந்தியாவின் மிகப்பெரிய எண்ணெய்க் கிணறுகள் மும்பையிலிருந்து 160 கி.மீ. மேற்கே அரபிக் கடலின் கீழுள்ள "பாம்பே ஹை" என்ற பகு-தியில் கிடைக்கிறது. அதே போல பெரும் இயற்கை வாயுக் கிணறுகள் கிருஷ்ணா -கோதாவரி ஆற்றுக் கழிமுகத்துவாரன்களை கடந்து பரவி-யிருக்கும் வங்காள விரிகுடாவின் அடிப்பகுதியில் கிடைக்கிறது. அதே-போல வளிம நீரேறிகள் ஆழமான கடற்தளத்தின் மேற்பகுதியில் அதி-லுள்ள மண்ணுடன் கலந்து படிகங்களாக படிந்து கிடக்கின்றன. எங்கு கடல் ஆழமாக இருக்கிறதோ அங்கு ஏற்படும் மீஅழுத்தத்தின் விளை-

வாக மீத்தேன் நிறைந்துள்ள வாயுக்கள் திடப்பொருளாக மாறி தரையில் படிந்து கிடக்கின்றன. ஒரு கனமீட்டர் கொள்ளளவு உடைய நீரேறி படிகம் மேலே கொண்டுவரப்பட்டால் அதிலிருந்து 160 கனமீட்டர் வரை மீத்தேன் உற்பத்திசெய்யலாம்.

பவளம் மற்றும் சுண்ணாம்பு கற்கள்

கடலில் நிலவும் தட்பவெப்ப நிலைக்கேற்ப பவளங்கள் மற்றும் பவளப்பாறைகள் உருவாகின்றன. அவ்வாறான சூழ்நிலை இல்லாதபோது கடல் உயிரினங்கள் மறைந்த பிறகு அவற்றின் எலும்பு, முள் மற்றும் ஓடுகள் கடலின் அடியில் படிந்து சுண்ணாம்பு கற்களாக மாறுகின்றன.

மின்னுற்பத்தி

மலைகளில் அமைக்கப்படுவது போலவே கடலின் அடியிலிருந்தும் தூண்களை ஊன்றி காற்றாலைகள் மூலம் மின்னுற்பத்தி செய்யலாம். சிறு சிறு மிதவைகளை ஒருங்கிணைத்து மிதக்கவிட்டும், கடல் ஒதங்களின் ஆற்றல் மூலமும் மின்சாரம் உற்பத்தி செய்யலாம். அதேபோல கடலின் மேல்மட்ட மற்றும் கீழ் மட்ட வெப்ப வேறுபாட்டைப் பயன்படுத்தியும் மின்சாரம் தயாரிக்க முடியும்.

கடலில் உள்ள வளங்கள் மனிதனுக்கும், மற்ற உயிரினங்களுக்கும் பயனுள்ளதாக உள்ளன. கடலில் கண்ணுக்குத் தெரியாத பாக்டீரியா- விலிருந்து புவியின் பெரும் பிராணியான திமிங்கலம் வரை உள்ளன. 150,000 வகை உயிரினங்கள் வாழ்கின்றன. அதில் 16,000 வகைமீன்- களும், 20,000 வகை தாவரங்களும் அங்கு உள்ளன.

கடலில்உப்பு முதல் அனைத்து வகையான எல்லாக் கணிப்பொ- ருட்களும் உள்ளன. உப்பு, மக்னீசியம், புரோமின், கந்தகம், பாஸ்பேட், மாங்கனீசு உருண்டைகள், தங்கம், நிலக்கரி தவிர இரும்பு, தகரம், பொட்டாசியம், யுரேனியம் மற்றும் குரோமைட்இருப்பதாககண்டுபிடிக்கப்- பட்டுள்ளன. இவைகள் தெழிற்சாலை வளர்ச்சிக்கு பெரிதும் பயன்படு- கின்றன.

சக்திவளங்களான எண்ணெய் கடலுக்கு அடியில் கண்டங்களின் கண்டத்திட்டுப் பகுதியில் இருப்பதாக கண்டுள்ளனர். எனவே நமக்குத் தேவையான சக்தி வளங்களையும் கடல் அளிக்கிறது. ஓதங்களின் மூலம் ஓத சக்தியும் பெறப்படுகின்றது.

கடலிலிருந்துஉணவுப் பொருட்கள் தேவையான அளவு பெறப்படு- கின்றது. மீன் ஒரு முக்கிய உணவுப்பொருளாகவும், மீன் எண்ணெய்,

மருந்து மற்றும் உரங்கள் தயாரிக்கமூலப்பொருட்களாகவும் பயன்படுத்தப்-படுகின்றது. மீன் பிடிக்கும் தொழில் ஒருமுக்கியத் தொழிலாக வெப்ப மண்டலங்களில் பின்பற்றப்படுகிறது. உலகின் முக்கியமீன் பிடித் தளங்கள் அனைத்தும் கடற்கரைக்கு அருகாமையில் அமைந்துள்ளன. தவிரஆழ்-கடல்களும் ஆழ்கடல் மீன்பிடிப்பிற்கு உரிய தளங்களாக உள்ளன. இதி-லிருந்துசீல், திமிங்கலம் போன்ற மதிப்புமிக்க மீன்கள் பிடிக்கப்பட்டு எண்ணெய், தோல்பொருட்கள் தயாரிக்கப்படுகின்றன.

கடல்மழையைத் தரக்கூடிய ஒரு முக்கிய ஆதாரம் எனலாம். கடலி-லிருந்து வீசும்காற்றுகளின் மூலம் கடற்கரையை ஒட்டிய நிலப்பகுதிகள் அதிக மழை பெறுகின்றன.மேற்கண்டவாறு கடலின் எண்ணற்ற வளங்-கள் நம் வாழ்க்கைக்கு உறுதுணை புரிகின்றன.எனவே கடலை மாசுப-டுத்தாமல் காப்பாற்றுவது நமது கடமையாகும்.

உலகுக்கு அதிக ஆக்சிஜன் தரும் கடல்களுக்கு......

நம் பூமி நான்கில் மூன்று பகுதி கடல் பரப்பால் நிறைந்துள்ளது. மனிதனுக்கு 80 விழுக்காடு ஆக்சிஜனை கடல்தான் தருகிறது. பூமியின் நுரையீரல் என்று கடலைச் சொல்லலாம். நாம் சுவாசிக்கும் காற்றில் பெருமளவை, மரங்களைவிடவும் கடலே உற்பத்தி செய்கிறது. நமக்குத் தேவையான பெருமளவு உணவு, மருந்துகள், உயிரின வளம் கடலிடமே இருக்கிறது.

பன்னாட்டு ஏகபோக முதலாளிகளின் கண்களைக் கடல் வளம் உறுத்தியது, இதன் விளைவாகப் பாய்மரப் படகுகள் உலாவந்த கடலில் பகாசுர கப்பல்கள் அணிவகுத்தன. கொஞ்சம் கொஞ்சமாக பன்னாட்டு முதலாளிகளின் வேட்டைக் காடாக கடல் மாறியது. மொத்த கடல் மீன் வளத்தில் 52 சதவிகிதம் சுரண்டப்பட்டுவிட்டது. கடலையே நம்பி இருந்த பழங்குடியின மக்களின் கடலும் கடல்சார் நிலமும் பறிக்-கப்பட்டன. எனவே, உலகமயச் சுரண்டலின் கரங்கள் உலகளாவிய அளவில் விரிந்து பரந்து கிடக்கும்போது அதை எதிர்க்கும் போராட்டமும் உலகளாவிய அளவில் தேவை என்று உணர்ந்தனர். எனவே, கடல் உலகின் பொதுச் சொத்து. அதை சிலரின் ஏகபோக உரிமைக்கு அனு-மதிக்க முடியாது என்ற குரல் உலகம் முழுவதும் ஒலிக்கத் துவங்கியது,

1992 ஜூன் மாதம் 8-ம் தேதி பிரேசில் நாட்டின் ரியோ டி ஜெனிரோ நகரில் புவி மாநாடு நடைபெற்றது. அந்த மாநாட்டில் மனிதச் சமூகத்துக்குக் கடல் வழங்கும் எண்ணற்ற செல்வங்களை இனங்கண்டு,

உலகக் கடல் நாள் கொண்டாடப்பட வேண்டும் என்ற கருத்து முன்-வைக்கப்பட்டது. இதனடிப்படையில் 2009-ம் ஆண்டு ஜூன் 8-ம் தேதியிலிருந்து உலகப் பெருங்கடல் நாளைக் கொண்டாட ஐக்கிய நாடு-கள் சபை முடிவெடுத்தது.

உலகின் கடல்களால் நாம் பெறும் பயன்களை அளவிட்டுப் பார்க்-கவும், அவை நமக்கு வழங்கும் கடல் உணவு வகைகள், மீன்கள், செல்லப் பிராணிகள், மதிப்புமிக்க பொருள்களையும், அவற்றின் பயன்-களையும் நினைத்துப் பார்க்கவும் இந்நாள் அனுசரிக்கப்படுகிறது. புவி-யின் மேற்பரப்பிலுள்ள கடல்கள் தனித்தனியானவை எனக் கருதப்-பட்டாலும், அவை அனைத்தும் ஒன்றுடன் ஒன்று தொடர்புள்ளவை. பசிபிக் பெருங்கடல், அட்லாண்டிக் கடல், இந்து மகா கடல், அண்டார்-டிக் கடல், ஆர்டிக் கடல் என ஐந்து பெருங்கடல்கள் உலகில் உள்ளன.

கடல்கள், வளைகுடாக்கள், விரிகுடாக்கள் போன்ற பெயர்களால் பெருங்கடல்களின் சிறிய பகுதிகள் அழைக்கப்படுகின்றன. இவற்றைத் தவிர நிலத்தால் சூழப்பட்ட சில பெரும் உப்பு நீர்நிலைகளும் நம் உலகில் உள்ளன (காஸ்பியன் கடல், சாக்கடல்).கப்பல் போக்குவரத்து, மீன்பிடித்தல், எண்ணெய் எடுத்தல், துறைமுகக் கட்டுமானம், கடலில் பிளாஸ்டிக் முதலிய குப்பைகளைக் கொட்டுதல் போன்ற பல்வேறு நடவ-டிக்கைகள் கடல்களின் சீரழிவுக்கு முக்கியக் காரணங்கள்.

குறிப்பாக ஏகாதிபத்திய நாடுகளின் அணுக் கழிவின் பெரும்பகுதி கடலில்தான் கொட்டப்படுகிறது, அளவுக்கு அதிகமான மீன் இனங்க-ளைப் பன்னாட்டு பகாசுர மீன்பிடி கப்பல்கள் வரைமுறையற்ற வகையில் பிடிப்பதாலும் பெரும்பாலான கடல் உயிரினங்கள், மீன்களின் தொகை அதிவேகமாகக் குறைந்துவருகிறது. காலநிலை மாற்றம், புவி வெப்பம-டைதல், காடுகளின் அழிப்பு போன்ற சூழல் பிரச்னைகளின் வரிசையில் இன்று பலராலும் பேசப்படும் மிக முக்கியமான பிரச்னையாக மிகை மீன்பிடி கருதப்படுகிறது..

கடல்கள் சில நேரம் பெரும் இயற்கைச் சீற்றங்களை ஏற்படுத்தி-னாலும்கூட, கடல்களால் மக்களுக்குக் கிடைக்கும் பயன்கள் அளவிட முடியாதவை. மீனவர்களுக்கு மட்டுமல்லாமல் உலகிலுள்ள மக்கள் அனைவரின் அன்றாட வாழ்க்கைக்கும் கடல்கள் இன்றியமையாதவை.

நாம் சுவாசிக்கும் தூயக் காற்றையும், ஊட்டமிகு உணவையும் வழங்-கும் கடல்கள் உலக நாடுகளின் பொருளாதாரத்தை ஊக்குவிப்பதாகவும்,

சாதாரண மக்களின் வாழ்வாதாரமாகவும் திகழ்கின்றன. கடல்வழி பல நாடுகளுக்குப் பயணிகள் பயணிக்கவும், சர்வதேச வர்த்தகப் பாதைகளாகவும் கடல்கள் விளங்குகின்றன. இப்படிப் பல்வேறு வகைகளில் மக்களின் வாழ்க்கையில் கடல் வளங்கள் மிக முக்கியப் பங்கை ஆற்றுகின்றன.

ஒரு நாட்டின் பொருளாதார வளர்ச்சியில், கடல் வளம் முக்கிய பங்கு வகிக்கிறது. கடலோரப் பகுதிகளை அதிகமாகக் கொண்ட நாடுகளிடையே நடக்கும் வர்த்தகமும், மக்களின் போக்குவரத்தும் அந்த நாடுகளின் பொருளாதார மற்றும் நாகரிகத்தின் வளர்ச்சிக்கு வழி வகுத்திருக்கின்றன. சமீப காலமாக கடற்கரைப் பகுதிகளை அதிகமாகக் கொண்ட நாடுகளில், கடல் சார்ந்த பொருளாதாரம் அதிவேகமாக வளர்ந்து வருகிறது.

நமக்கு தனிமை தேவைப்பட்டால் நம் கால்கள் முதலில் செல்ல விரும்பும் இடம் கடற்கரைதானே?

இத்தகைய சிறப்புகளைக் கொண்ட பெருங்கடல்கள், சிறு கடல்களின் பெருமையை நினைவுகூர்வோம்.

இந்தியப் பெருங்கடல்/பயன்கள்

5. பயன்கள்

திட்டமிட்டுத் திண்ணிய முறையில் செயற்படுத்தப்படுவது இந்தியக் கடல் ஆராய்ச்சி. ஆகவே, அதனால் உண்டாகக்கூடிய சிறந்த பயன்கள் பலவாகும்.

பொருள் வளம்

இந்தியாவின் பொருள் வளம் இந்தியக் கடல் ஆராய்ச்சியினால் பெருக வழிகள் பல உள்ளன. இந்தியக் கடலின் உயிர்கள் யாவும் முறையாக ஆராயப்படுமானல், அதனால் இருவகையில் நன்மைகள் கிட்டும். முதலாவதாகக் கடல் உயிர்களின் அறிவு பெருகும். இதனால் கடல் உயிர் நூல் வளரும். இரண்டாவதாக உண்ணத்தக்க மீன் வகைகள் முழு அளவுக்குப் பயன்படுத்தப்படுமானல், பொருள் வளமும் பெருகும். உணவுப் பற்றாக்குறையும் நீங்கும்.

இந்தியக் கடலின் அருகில் வாழும் நாடுகளிலுள்ள மக்கள் தொகை உலக மக்கள் தொகையில் கால் பங்கு ஆகும். இவர்களது உணவுப் பற்றாக்குறை நீங்கிப் பொருள் வளம் பெருக, இந்தியக் கடலின் மீன்வளம் நன்கு பயன்படுத்தப்பட வேண்டும். இதற்கு விஞ்ஞான முறைகளில்

மீன்பிடித்தல் நடைபெறுதல் வேண்டும். மீன் பண்ணைகளையும் அவ்-வாறே அமைக்க வேண்டும். மீன் தொழில் விஞ்ஞானக் கலையாகவே மாற வேண்டும்.

இந்தியக் கடலின் கனி வளங்களைத் தீர ஆராய்ந்து, அவற்றைப் பயன்படுத்த, இந்தியாவின் பொருள் வளம் பெருகும். இதற்கு இந்தியக் கடல் ஆராய்ச்சி வழிவகை செய்யும் என நாம் நம்பலாம். உண்மையில் இந்தியக் கடலின் கனி வளங்கள் அளவிடற்கரியனவாகும். சிக்கனப் பயண வழிகளை இந்தியக் கடலில் மேற்கொள்வதால், அதிகமாகும் பணச் செலவை எல்லா நாடுகளும் ஓரளவுக்குக் குறைக்கலாம்.

கடல் அறிவு

இந்தியக் கடலைப் பொறுத்தவரை கடல் நூல் அறிவு பல வழிகளி-லும் பெருகும் என்பதில் ஐயமில்லை. இந்தியக் கடலை ஆராய்வதால் பெறும் அறிவை, பசிபிக், அட்லாண்டிக் கடல்கள் முதலிய மற்ற கடல்-களை ஆராய்வதற்கும் பயன்படுத்தலாம்.

பல சிக்கல்களுக்குத் தீர்வுகள் காணலாம் இந்தியக் கடலில் மீன்கள் அதிக அளவுக்கு மடிகின்றன. உயிர் நூல் விஞ்ஞானிகளுக்கு இது பெரும் புதிராகவே உள்ளது. அவ்வாறு இறத்தல் அதிகமாக மீன்கள் உண்டாவதா அல்லது வேறு காரணங் குறித்தா என்று அறியலாம்.

இந்தியக் கடலின் நீரோட்டங்கள் பசிபிக், அட்லாண்டிக் கடல்களில் உள்ளது போன்று. அவ்வளவு வலுவுள்ளவை அல்ல. அவை பசிபிக், அட்லாண்டிக் கடல்களின் நீரோட்டங்களிலிருந்து வலுவிலும் விரைவி-லும் அதிகமாக வேறுபடுகின்றன.

இந்தியக் கடலின் மேற்பரப்பு கிழக்காகச் சாய்ந்துள்ளது. அதன் மேற்பரப்புச் சாய்விற்கும் அதில் வலுவான புதை நீர் ஓட்டங்கள் இல்-லாததற்கும் தொடர்பு இருக்கலாம்.

மேற்கூறிய இரு உண்மைகளும் தற்காலிகமாகக் கண்டுபிடிக்கப்பட்-டுள்ளன. மேலும் செய்யப்படும் ஆராய்ச்சிகளால் அவை உறுதி செய்-யப்படும்.

1959-61இல் இந்தியக் கடலில் சோவியத்து விஞ்ஞானிகள் இரு பயணங்களை மேற்கொண்டனர். அவர்கள் தங்கள் பயணங்களில் செய்த ஆராய்ச்சிகளின் முடிவுகளைத் தெரிவித்துள்ளனர். அவை பின்வருமாறு :

இந்தியக் கடலுக்கு அடியிலுள்ள நிலவுலக முடியின் தடிமன், அமைப்பு, தணிவு ஆகியவை முதன் முதலாக உறுதி செய்யப்பட்-டுள்ளன.

அவ்வாறு அதன் தணிவை ஆராய்ந்த பொழுது, இதுவரை அறி-யப்படாத மலைகளும் மலைத் தொடர்களும் கண்டுபிடிக்கப்பட்டுள்ளன. அதில் எரிமலைத் தோற்றங்கொண்ட பாறைகள் அதிக அளவுக்கு உள்ளன.

இந்தியக் கடலின் அடியின் இயையையும் அமைப்பையும் ஆராய்ந்-தபொழுது, அதன் தென் பகுதியில் இரும்பு, மாங்கனிஸ் தாதுக்கள் அதிக அளவுக்கு இருப்பது தெரியவந்தது. இத்தாதுக்களில். 5 பங்கு அளவுக்கு நிக்கல், கொபால்ட் முதலிய உலோகங்கள் உள்ளன.

இந்தியக் கடலின் இயையை ஆராய்ந்ததிலிருந்து உறுதிப்படுத்தப்-பட்ட உண்மையாவது : இந்தியக் கடலிலுள்ள மீன்களுக்கும் மற்ற உயிர்களுக்கும் போதுமான ஆக்சிஜன் என்னும் உயிர்க் காற்று பெரு-மளவுக்கு உள்ளது. விலக்குகள் அரபிக்கடலும், வங்காள விரிகுடாவும் ஆகும். இங்குச் சில இடங்களில் ஆக்சிஜன் காணப்படவில்லை. இங்கு நீர் போதுமான அளவுக்குச் செங்குத்தாக ஓடாததே ஆக்சிஜன் இல்லா-மைக்குக் காரணமாகும்.

இந்தியக் கடலை முழுமையாக ஆராய்வதால் வானிலை அறிவும், தட்ப வெப்பநிலை அறிவும், சிறப்பாகப் பெருகும் என்பதில் ஐயமில்லை. இதனால் நீண்ட எல்லை வானிலை முன்னறிவிப்பை முன்கூட்டியே தெரிவிக்க இயலும். இந்தியக் கடற்பகுதிகளைச் சூழ்ந்த நாடுகளுக்கு மட்டுமல்லாமல் அவற்றிற்கு அப்பாலும் வானிலை முன்னறிவிப்பைத் தெரிவிக்க இயலும், உலக வானிலை முன்னறிவிப்பைத் தெரிவிப்பதில் மற்றக் கடல்கள் போன்று இந்தியக் கடலும் சிறந்த இடத்தைப்பெறும்.

கண்ணுக்கு எட்டிய தூரம் வரையிலும் தண்ணீர் மட்டுமே நிரம்பி அலையெழுப்பிக் கொண்டிருக்கும் கடல் மனிதனுக்கு எப்போதும் சுவா-ரஸ்யமான ஒன்று தான். ரசிக்கும் அதே வேலையில் கடல் நம்மை பயமுறுத்தவும் செய்கிறது என்பதை யாராலும் மறுக்க முடியாது.

பூமிப்பந்தின் 70 சதவீத இடத்தினை ஆக்கிரமித்துக் கொண்டிருக்-கிறது இந்த கடல். அதன் பரந்துப்பட்ட இடத்திற்கு ஏற்பவே தன்-னுள்ளே பல்வேறு சுவாரஸ்யங்களை புதைத்து வைத்திருக்கிறது. கடல் குறித்து இதுவரை உங்களுக்குத் தெரியாத சில சுவாரஸ்ய தகவல்களை

தெரிந்து கொள்ளலாம்.

கடல் டிராகன் :

இந்த பூமியில் வாழ்கிற 94 சதவீத உயிரினங்கள் கடல் வாழ் உயிரி- னங்கள் தான் அவற்றின் மூன்றில் இரண்டு பகுதி உயிரினங்களை நாம் இன்னும் அடையாளம் காணவே இல்லை. தொடர்ந்து கடல் ஆராய்ச்- சியாளர்கள் ஒவ்வொன்றாக கண்டுபிடித்து அடையாளப்படுத்துக் கொண்- டிருக்கிறார்கள்.

சமீபத்தில் ஆஸ்திரேலியாவின் தெற்கு பகுதிக்கடலில் சிவப்பு நிற கடல் வாழ் டிராகனை கண்டுபிடித்திருந்தார்கள்.

சத்தம் :

கடலில் வாழுகின்ற உயிரினனங்கள் மட்டுமல்ல கடலில் எழும் ஓசை கூட ஆராய்ச்சியாளர்களுக்கு பெரும் அதிசயமாய்த்தான் இருக்கிறது. கடலுக்கு அடியில் எண்ணற்ற ஓசைகள் எழுப்பப்படுகிறது ஆனால் இவற்றில் அதிக சத்தமாக ரெக்கார்ட் செய்யப்பட்டிருப்பது 'ப்ளூப்' என்ற சத்தம் தான்.

இதனை 1997 ஆம் ஆண்டு தேசிய கடல் மற்றும் சுற்றுச்சூழல் நிர்வாகத்தினர் ஹைட்ரோபோன் மூலமாக ரெக்கார்ட் செய்திருக்கிறார்- கள்.

கடலுக்குள் ஆறு :

ஆழ்கடல் புகைப்படங்களைப் பார்த்தால் கடலுக்குள் ஆறு,குளம் ஆகிய பகுதிகள் தெரியும். இது பலருக்கும் ஆச்சரியத்தை ஏற்படுத்தக்- கூடும். இதுவரையில் பல பகுதிகளிலிருந்து வருகின்ற ஆறு இறுதியாக கடலில் கலக்கிறது என்று தானே படித்திருக்கிறோம். கடலுக்குள் எப்படி ஒரு ஆறு சாத்தியமாகும் என்ற கேள்விக்கு விஞ்ஞானிகள் சொல்கிற பதில் என்ன தெரியுமா?

கடலுக்கு அடியில் மிகவும் அடர்த்தியான லேயரில் உப்பு படிந்தி- ருக்கிறது. அப்படி படிந்திருக்கும் உப்பு அதோடு அந்த பகுதியின் கடல் நீர் அதிக அடர்தியாக இருக்கும். இதனால் பார்க்கிற நமக்கு சாதரண நீருக்கும் அதிக அடர்த்தியான நீரும் வேறுபட்டு தெரிவதாக சொல்கி- றார்கள்.

அருவி :

கடலுக்குள் ஆறு, குளம் போன்றவை மட்டுமல்ல அருவியும் கொட்- டுகிறதாம் ! அறிவியல் படி பார்த்தால் க்ரீன்லேண்டுக்கும் ஐஸ்லாண்-

டுக்கும் இடையில் இருக்கிற கடலின் உள்ளே விழுகிற இந்த அருவி தான் உலகிலேயே மிகப்பெரிய அருவியாம்! ஆனால் இது வெளியில் தெரிவதில்லை என்பதில் அருவிகள் கணக்கில் சேர்த்துக் கொள்ளப்பட-வில்லை.

இந்த அருவி 11,500 அடி உயரத்திலிருந்து விழுகிறது.

காலநிலை மாற்றம் :

இந்த அருவி உருவாவதற்கு காரணம் டெம்ப்பரேச்சர் மாற்றம் தான் காரணம் என்று சொல்லப்படுகிறது. டென்மார்க் ஸ்ட்ரைட் பகுதி அரு-கில் ஒவ்வொரு பக்கமும் ஒவ்வொரு மாதிரியான டெம்ப்பரேச்சர் இருக்-கிறது. கிழக்கு பகுதியில் குளிராகவும் அடர்த்தியாகவும் நீர் இருக்குமாம் இதே தெற்கு பகுதியில் வார்மாகவும் அடர்த்தி குறைவாகவும் இருக்கி-றது.

வெனின்சுலாவில் இருக்கக்கூடிய ஏஞ்சல் அருவியை விட இந்த அருவி மூன்று மடங்கு உயரத்திலிருந்து விழுகிறது இந்த ஏஞ்சல் அருவி தான் உலகில் உயரமான இடத்திலிருந்து விழும் அருவியாக சொல்லப்படுகிறது. நயகரா அருவியில் கொட்டும் நீரை விர 2000 மடங்கு அதிகளவு நீர் கொட்டுகிறதாம்.

கடலுக்கடியில் தங்கம் கலந்திருப்பதாக சொல்லப்படுகிறது. கிட்டத்-தட்ட 18 மில்லியன் மெட்ரிக் டன் தங்கம் வரையில் கலந்திருக்கிறதாம். கடலுக்கடியில் ஒரு மைல் அல்லது இரண்டு மைல் ஆழத்திலிருந்து இந்த தங்கத்தை எடுக்க வேண்டும்.

ஒரு வேளை அப்படி எடுக்கப்பட்டால் உலகில் வாழும் மனிதர்கள் ஒவ்வொருவருக்கும் நான்கு கிலோ தங்கம் வரையில் கொடுக்கலாம் அந்த அளவிற்கு தங்கம் கிடைக்கும் என்கிறார்கள்.

மலை :

ஆறு,அருவியைத் தொடர்ந்து கடலுக்கடியில் மலையும் இருக்கிறது! உலகிலேயே மிகப்பெரிய மலைத்தொடர் கடலுக்கு அடியில் இருக்கிறது இது அட்லாண்டிக் கடல் நடுவிலிருந்து துவங்கி இந்தியக் கடல் மற்றும் பசிபிக் கடலில் முடிகிறது.

இது 35000 கிலோமீட்டர் மைல் நீளம் கொண்டதாக இருக்கிறது.

கண்ணுக்கு தெரியாது :

கடலில் கண்ணுக்குத் தெரியாத உயிரினங்கள் கூட ஏராளமாக இருக்கின்றன. உதாரணத்திற்கு நீங்கள் ஒரு மில்லிலிட்டர் கடல் நீரை

குடிக்கிறீர்கள் என்றால் அதில் ஒரு மில்லியன் பாக்டீரியாக்களும் பத்து மில்லியன் வைரஸ்களும் இருக்கின்றன.

கடற்கரை அருகில் இருக்கிற நீர் அல்லாது ஆழ்கடலில் நீரில் தான் இத்தனையும் இருக்கிறது. இதற்காக எல்லாம் பயப்பட வேண்டாம். ஆழ்கடல் நீச்சல் வீரர்கள் ஒவ்வொரு முறையும் தண்ணீரை குடிக்கத்தான் செய்கிறார்கள் ஆனால் அது எந்த பாதிப்பும் ஏற்படுத்தாது.

செடிகள் :

கடலுக்கு அடியில் ஏராளமான செடிகள் இருக்கும். தரையில் இருக்கக்கூடிய செடிகள் சூரிய ஒளி, தண்ணீர், கார்பன் டை ஆக்சைடு ஆகியவற்றைக் கொண்டு தனக்குத் தேவையான உணவுகளை தானே தயாரித்துக் கொள்ளும். இதே கடலுக்குள் இருக்கிற செடிகள் என்ன செய்யும் தெரியுமா?

140 முதல் 160 அடி நீளம் கொண்ட ஜெல்லிகள் இருக்கும். இவை கடல் நீரிலிருந்து உணவைத் தயாரித்து வழங்குகிறது. இந்த உணவு தயாரிக்கும் முறையை கீமோசிந்தசிஸ் என்று சொல்லப்படுகிறது. இதற்கு சூரிய ஒளி தேவையில்லை.

குப்பைகள் :

ஒவ்வொரு நாளும் கடலில் கொட்டப்படுகிற கழிவுகள் மற்றும் குப்பைகளின் எண்ணிக்கை அதிகரித்துக் கொண்டே தான் இருக்கிறது. ஒவ்வொரு ஆண்டும் 14 பில்லியன் பவுண்ட் குப்பை வரையிலும் கொட்டப்படுகிறது. இவற்றில் பெரும்பாலானது ப்ளாஸ்டிக் பொருட்கள் தானாம்.

எரிமலை :

கடலுக்கடியில் எரிமலையும் இருக்கிறது. உலகில் நமக்கு தெரிந்த எரிமலைகளை விட 75 சதவீத எரிமலைகள் கடலுக்கு அடியில் தான் இருக்கிறது. இவற்றில் சில செயலில் இன்னும் சில செயலற்றும் இருக்கின்றன. இவை பசிபிக் கடல் பகுதியில் அமைந்திருக்கின்றன.

கடலில் ஹாக்கி :

கனடா நாட்டில் இருக்கும் நியூ ஃப்வுண்ட்லேண்ட் பகுதியில் அட்லாண்டிக் கடல் இருக்கிறது. சில சமயங்களில் இந்த கடல் அப்படியே ஐஸ் கட்டி போல உறைந்து விடுகிறது. அந்த நேரத்தில் மக்கள் அங்கே ஹாக்கி விளையாடுவார்களாம்.

கடலில் ஹாக்கி விளையாடுவதை பார்க்க சுவாரஸ்யமாகத்தானே இருக்கும்.

அமெரிக்க ராணுவம் :

1944 முதல் 1970 வரையிலான காலகட்டத்தில் 64 மில்லியன் பவுண்ட் வரையிலான வாயுவை கடலில் சேர்த்திருக்கிறது. இத்துடன் நான்கு லட்சம் வரையிலான கெமிக்கல் குண்டுகள் மற்றும் 500 டன் வரையிலான ரேடியோ ஆக்டிவ் கழிவுகளை கடலில் கொட்டியிருக்கிறது.

கடல் ரிப்ளை அனுப்புமா? :

ஹராால்டு ஹேக்கட் என்னும் நபர் கடிதம் எழுதி தன்னுடைய அட்ரஸையும் குறிப்பிட்டு அந்த கடிதத்தை ஒரு பாட்டிலில் அடைத்து கடலில் போட்டுவிடுவாராம். அது கடல் போன போக்கில் பயணித்து எங்கோ யார் கையிலோ கிடைத்து அவர்கள் இவருக்கு பதிலனுப்பாவர்களாம்.

இப்படி ஒன்று இரண்டல்ல ஹராால்டு 4800 கடிதங்களை இப்படி கடலில் போட்டிருக்கிறார் அவற்றில் 3000 கடிதங்களுக்கு பதில் வந்திருக்கிறதாம்.

கடல் பாசிகளும் அதன் மருத்துவ பயன்களும்...

பூமியில் வளரும் பல தாவரங்கள் மூலிகைகளாகப் பயன்படுவதை போன்று கடல் தாவரங்களான பாசிகளும் மருந்தாகப் பயன்படுகிறது.

கிரேசி, லேரியா, அசிரோசா போன்ற பாசிகளிலிருந்து 'அகார் அகார்' என்னும் பொருள் கிடைக்கிறது. இது ரொட்டி, பாலாடைக் கட்டி முதலியவற்றைப் பதப்படுத்தவும், இறைச்சி, மீன் முதலியவற்றை டின்களில் அடைத்துப் பதப்படுத்தவும் பயன்படுகிறது.

ஸ்பைருலினா பாசியில் புரதம் முதலான சத்துக்கள் அதிகம். எளிதில் ஜீரணம் ஆகக்கூடியது. நீரிழிவு நோயாளிகட்குத் தேவையான சக்தியை அளிப்பதாகவும், புற்றுநோய், எயிட்ஸ் போன்ற நோய்கள் பரவாமல் தடுக்க இது உதவுவதாகவும் ஆய்வுகள் கூறுகின்றன.

கிப்னியா நிடிபிகா என்னும் கடல் பாசி பலவகையான வயிற்றுத் தொல்லைகளுக்கும் தலைவலிக்கும் மருந்தாகின்றன. துர்வில்லியா என்னும் கடல்பாசி தோல் நோயை குணப்படுத்துகிறது. பொதுவாக, கருத்தரிப்பதில் தைராய்டின் பங்கும் மிக அதிகம். சரியான அளவில் தைராய்டு சத்து இல்லை எனில் கருத்தரிப்பு நிச்சயம் தாமதமாகும். உணவில் மீன்கள், கடல் கல்லுப்பு 'அகார் அகார்' எனும் வெண்ணிறக் கடல் பாசி

சேர்ப்பது தைராய்டு சீராக்கிட உதவிடும்.

சிலவகைப்பாசிகளை கொண்டு புற்றுநோய், சர்க்கரை நோய், காச-நோய், மூட்டு வலி, இரும்புசத்து குறைபாடு உள்ளவர், மாதவிடாய் சார்ந்தநோய்கள் மற்றும் வெள்ளைபடுதல்போன்றவை தடுக்கப்படும். கடல் பாசியானது அதிகளவில் வெளிநாடுகளுக்குஏற்றுமதியாகி வருகிறது.

இந்தியாவிலும்மாத்திரை தயாரிக்க பயன்படுகிறது. விண்வெளிக்கு ராக்கெட்டில் செல்பவர்கள்கடல் பாசியால் தயாரிக்கப்பட்டமாத்திரைகளையே சாப்பிடுகின்றனர்.

சிலவகை கடல் பாசிகள் மருத்துவ பயன்கள் உடையது. குடல் மற்றும் அல்சர்க்கு நல்லது. உடல் சூட்டை தணிக்கும். இதில் வைட்டமின், மினரல் மற்றும் புரோடீன் நிறைந்து இருக்கிறது

இயற்கை வளங்களின் அமுதசுரபி

பூமியின் நுரையீரல் என்று கடலைச் சொல்லலாம். நாம் சுவாசிக்கும் காற்றில் பெருமளவை, மரங்களைவிடவும் கடலே உற்பத்தி செய்கிறது. நமக்குத் தேவையான பெருமளவு உணவு, மருந்துகள், உயிரின வளம்கடலிடமே இருக்கிறது.

இதைச் சிறப்பிக்கும் வகையில் உலகப் பெருங் கடல்கள் நாள் ஜூன் 8-ம் தேதி அனுசரிக்கப்படுகிறது. 1992 ஜூன் மாதம் 8-ம் தேதி பிரேசில் நாட்டின் ரியோ டி ஜெனிரோ நகரில் புவி மாநாடு நடைபெற்றபோது, மனிதச் சமூகத்துக்குக் கடல்வழங்கும் எண்ணற்ற செல்வங்களை இனங்கண்டு, உலகக் கடல்நாள் கொண்டாடப்பட வேண்டும் என்ற கருத்து முன்வைக்கப்பட்டது. 2009-ம் ஆண்டு ஜூன் 8-ம் தேதியிலிருந்து உலகக் கடல்நாளைக் கொண்டாட ஐக்கிய நாடுகள் சபை முடிவெடுத்தது.

கடலின் மதிப்பு

உலகின் கடல்களால் நாம் பெறும் பயன்களை அளவிட்டுப் பார்க்கவும், அவை நமக்கு வழங்கும் கடல்உணவு வகைகள், மீன்கள், செல்லப் பிராணிகள், மதிப்புமிக்க பொருள்களையும், அவற்றின் பயன்களையும் நினைத்துப் பார்க்கவும் இந்நாள் அனுசரிக்கப்படுகிறது.

புவியின் மேற்பரப்பிலுள்ள கடல்கள் தனித்தனியானவை எனக் கருதப்பட்டாலும், அவை அனைத்தும் ஒன்றுடன் ஒன்று தொடர்புள்ளவை. பசிபிக் பெருங்கடல், அட்லாண்டிக் கடல், இந்து மகா கடல், அண்டார்-

டிக் கடல், ஆர்டிக் கடல்என ஐந்து பெருங்கடல்கள் உலகில் உள்ளன.

கடல்கள், வளைகுடாக்கள், விரிகுடாக்கள் போன்ற பெயர்களால் பெருங்கடல்களின் சிறிய பகுதிகள் அழைக்கப் படுகின்றன. இவற்றைத் தவிர நிலத்தால் சூழப்பட்ட சில பெரும் உப்பு நீர்நிலைகளும் நம் உலகில் உள்ளன (காஸ்பியன் கடல், சாக்கடல்).

கடல் சீரழிவு

கப்பல் போக்குவரத்து, மீன்பிடித்தல், எண்ணெய் துரப்பணம், துறை-முகக் கட்டுமானம், கடலில் பிளாஸ்டிக் முதலிய குப்பைகளைக் கொட்-டுதல் போன்ற பல்வேறு நடவடிக்கைகள் கடல்களின் சீரழிவுக்கு முக்கிய-யக் காரணங்கள்.

அளவுக்கு அதிகமான மீன் இனங்களை நாம் உணவாக உட்-கொள்வதன் காரணமாகப் பெரும்பாலான கடல்உயிரினங்கள், மீன்களின் தொகை அதிவேகமாகக் குறைந்துவருகிறது. இன்னும் 12 வருடங்களில் உலக உணவு மீன் இனங்கள் வெகுவாகக் குறைந்துவிடலாம் எனச் சில ஆய்வு அறிக்கைகள் தெரிவிக்கின்றன.

வளம் தரும் கடல்

கடல்கள்சில நேரம் பெரும் இயற்கைச் சீற்றங்களை ஏற்படுத்தினா-லும்கூட, கடல்களால்மக்களுக்குக் கிடைக்கும் பயன்கள் அளவிட முடி-யாதவை. மீனவர்களுக்குமட்டுமல்லாமல் உலகிலுள்ள மக்கள் அனை-வரின் அன்றாட வாழ்க்கைக்கும் கடல்கள்இன்றியமையாதவை. நாம் சுவாசிக்கும் தூய காற்றையும், ஊட்டமிகு உணவையும்வழங்கும் கடல்கள் உலக நாடுகளின் பொருளாதாரத்தை ஊக்குவிப்பதாகவும், சாதாரணமக்-களின் வாழ்வாதாரமாகவும் திகழ்கின்றன. கடல்வழி பல நாடுகளுக்குப் பயணிகள்பயணிக்கவும், சர்வதேச வர்த்தகப் பாதைகளாகவும் கடல்கள் விளங்குகின்றன.இப்படிப் பல்வேறு வகைகளில் மக்களின் வாழ்க்கை-யில்கடல்வளங்கள் மிக முக்கியக் பங்கை ஆற்றுகின்றன.

இத்தகைய சிறப்புகளைக் கொண்ட பெருங்கடல்கள், சிறு கடல்க-ளின் பெருமையை இந்தத் தருணத்தில் நினைவுகூர்வோம்.

கடல்என்பது பூமியின் 71% பகுதியை உள்ளடக்கிய உப்புநீரின் உடலாகும், அதே சமயம்கடல்உட்பிரிவுஎன்றால்அது உப்பின் சிறிய உடலாகும். கடல்களுடன் ஒப்பிடும்போது கடல்கள் ஆழமானவை.

கடலிலிருந்துஉணவுப் பொருட்கள் தேவையான அளவு பெறப்படு-கின்றது. மீன் ஒரு முக்கிய உணவுப்பொருளாகவும், மீன் எண்ணெய்,

மருந்து மற்றும் உரங்கள் தயாரிக்கமூலப்பொருட்களாகவும் பயன்படுத்தப்-படுகின்றது. மீன் பிடிக்கும் தொழில் ஒருமுக்கியத் தொழிலாக வெப்ப மண்டலங்களில் பின்பற்றப்படுகிறது. உலகின் முக்கியமீன் பிடித் தளங்கள் அனைத்தும் கடற்கரைக்கு அருகாமையில் அமைந்துள்ளன. தவிரஆழ்-கடல்களும் ஆழ்கடல் மீன்பிடிப்பிற்கு உரிய தளங்களாக உள்ளன. இதி-லிருந்துசீல், திமிங்கலம் போன்ற மதிப்புமிக்க மீன்கள் பிடிக்கப்பட்டு எண்ணெய், தோல்பொருட்கள் தயாரிக்கப்படுகின்றன.

கடல்மழையைத் தரக்கூடிய ஒரு முக்கிய ஆதாரம் எனலாம். கடலி-லிருந்து வீசும்காற்றுகளின் மூலம் கடற்கரையை ஒட்டிய நிலப்பகுதிகள் அதிக மழை பெறுகின்றன.மேற்கண்டவாறு கடலின் எண்ணற்ற வளங்-கள் நம் வாழ்க்கைக்கு உறுதுணை புரிகின்றன.எனவே கடலை மாசுப-டுத்தாமல் காப்பாற்றுவது நமது கடமையாகும்.